Money Math

-With Funky Fairy

Thai A5
Version

คำนวณเงิน -กับเทพธิดาฟังกี้

i

Math makes money flow!

คณิตศาสตร์
ทำให้เงินหมุนเวียน

Table of Contents สารบัญ

Funky Fairy likes math. She has
fun helping others learn math too.

เทพธิดาฟังกี้ชอบคณิตเธอสนุกกับ
การช่วยเหลือผู้อื่นในการคำนวณด้วย

One day, Funky Fairy hears a lady yell.
"Help! These numbers don't make sense!
I don't know how much my bill will be."

วันหนึ่งเทพธิดาฟังกี้ได้ยินเสียงตะโกน
"ช่วยด้วย! ตัวเลขพวกนี้ไม่ลงตัวเลย ฉัน
ไม่รู้ว่าใบเสร็จควรจะออกมาเป็นเท่าไหร่"

"That's easy!" said Funky. She reaches into her magic bag and pulls out a plus sign.

ฟังกี้พูดว่านั่นมันง่ายมากเลย เธอเอื้อมมือไปในถุงวิเศษและดึงเครื่องหมายบวกออกมา

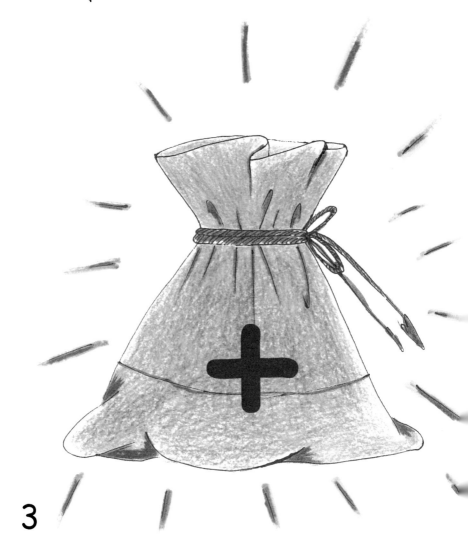

3

Funky said, "Just use this plus to add your total bill.
Adding makes the number bigger."

"แค่ใช้เครื่องหมายบวกนี้เข้าไปในใบเสร็จของเธอ
การบวกก็จะทำให้ตัวเลขเพิ่มขึ้น"

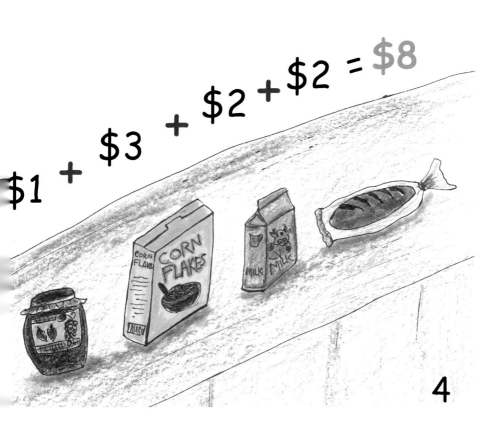

$1 + $3 + $2 + $2 = $8

"Wow! Thanks! This plus sign sure is handy! I will use add all the time!"

ว้าว! ขอบคุณมาก เครื่องหมายบวกนี้มี
ประโยชน์มากๆเลย และฉันก็จะใช้มันบ่อยๆด้วย!"

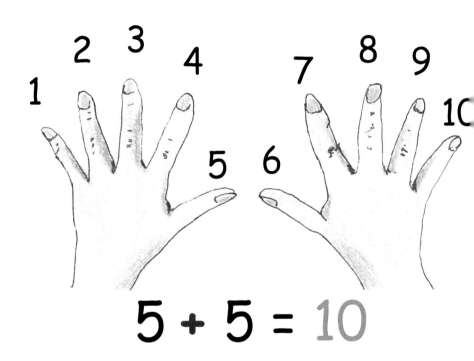

$$5 + 5 = 10$$

Just then at the next isle over, Funky hears a call for Help!

ในขณะนั้นเอง ในช่องถัดไป เทพธิดา
ฟังกี้ ได้ยินเสียงร้องขอความช่วยเหลือ

Funky quickly flies over and asks,
"How may I help?" The man replies,
"How much should my change be?"

เทพธิดาฟังกี้ บินไปอย่างรวดเร็วและถามว่าฉัน
ช่วยเธอได้อย่างไรบ้าง? "ฉันอยากรู้ว่าฉัน
ควรจะได้รับเงินทอนเท่าไหร่?" เด็กชายถาม

"Oh! That is easy!" said Funky Fairy. She reaches in her magic bag and pulls out a minus sign.

โอ้ นั่นมันง่ายมากเลยเทพธิดาฟังกี้พูด พร้อมเอื้อมมือไปในถุงวิเศษแล้วดึง เครื่องหมายออกมา

Funky said,"You paid ten dollars.
Take-away your bill of seven dollars
($7) to find your change!"
           $10 - $7 = $3
The man asks, "How did you do that?"

เธอจ่ายไปเท่าไหร่? แล้วเอาจำนวนในใบ
เสร็จลบออกจะเท่ากับจำนวนเงินทอน
"คุณทำอย่างนั้นได้อย่างไร?" เขาถาม

Funky replies, “With take-away that is also called subtract. It makes the number smaller.”

เทพธิดาฟังกี้ตอบว่ากับการเอาออกไป อีกอย่างเรียกว่าลบมันทำให้ตัวเลขลดลง

The man said, “Wonderful! I will use take-away, all the time.

ผู้ชายบอกว่า “ยอดเยี่ยมมาก! ฉันจะใช้การลบออกตลอดไป”

“Hey! I just noticed that add and take-away are opposites.”

“เฮ้! ฉันพึ่งรู้ว่า การบวกเข้า และลบออกมันตรงข้ามกัน”

$10 – $7 = $3

จำนวนสิบลบเจ็ดเท่ากับสาม

**Just then, a worker
complains. "Help!"**

ในทันใดนั้นพนักงานได้ร้องขึ้นว่า "ช่วยด้วย!"

10

Funky quickly flies over and asks, "May I help you?" The worker asks, "How do I know how much money I make?"

เทพธิดาฟังกี้บินไปอย่างรวดเร็วและถามว่า "ฉันช่วยอะไรคุณได้บ้าง" พนักงานตอบ "ฉันอยากรู้ว่าฉันทำเงินได้เท่าไหร่?"

Funky said, "Oh! That is easy!" She takes a **times** sign out of her magic bag.

เทพธิดาบอกว่า โอ้ว! มันง่ายมากเลยครั้งนี้
เธอได้เอาเครื่องหมายคูณออกมาจากถุงวิเศษ

Funky asks the worker a couple of questions. "How many hours did you work?" The worker answers, "40."

"How much do you make?" "$10 per hour"

เทพธิดาฟังกี้ ถามพนักงานว่า คุทำงานกี่ชั่วโมง เขาตอบว่า "สี่สิบชั่วโมง"

เทพธิดาจึงถามต่อว่า ชั่วโมงละเท่าไหร่ เขาตอบ "สิบดอลล่าร์ต่อชั่วโมง"

13

Funky smiles and said,

เทพธิดาฟังกี้ยิ้มและบอกว่าสี่สิบ คูณ
“สิบ เท่ากับ สี่ร้อย คำตอบคือสี่ร้อยดอลล่าร์”

40 X $10 = $400

The worker asks,
“How did you do that?”

พนักงาน ถาม ว่า
“คุณทำอย่างนั้นได้อย่างไร?”

Funky said, "It is easy
with times. Times
is also called multiply.
Multiply makes the
number bigger."

เทพธิดาฟังกี้ "พูดว่า
มันง่ายมากเลยกับเครื่อง
หมายคุณ เครื่องหมายคุณ
ทำให้ตัวเลขเพิ่มขึ้น"

1	2	3	4	5	6	7	8	9	10
1	2	3	4	5	6	7	8	9	10
2	4	6	8	10	12	14	16	18	20
3	6	9	12	15	18	21	24	27	30
4	8	12	16	20	24	28	32	36	40
5	10	15	20	25	30	35	40	45	50
6	12	18	24	30	36	42	48	54	60
7	14	21	28	35	42	49	56	63	70
8	16	24	32	40	48	56	64	72	80
9	18	27	36	45	54	63	72	81	90
10	20	30	40	50	60	70	80	90	100

The worker said, "I will learn the Times Tables now. Next time, I will be able to multiply by myself."

พนักงานบอกว่า "ถ้าอย่างนั้น ฉันจะรีบฝึก ท่องสูตรคูณตอนนี้เลย ครั้งต่อไป ฉันจะ ได้ทำผลคูณได้ด้วยตัวเอง"

16

Just then, there is a call for
help from across the counter.

จากนั้น เสียงขอความช่วย
เหลือที่ข้ามมาจากเคาท์เตอร์ก็ดังขึ้น

The child said, "I only have $5!
"How do I know how many cookies
I can buy? They cost 50 cents
each. I want to share with my friends.

เด็กบอกว่า "ฉันมีเงินเพียงห้าดอลล่าร์
คุกกี้ราคาชิ้นละห้าสิบเซ็น ฉันอยากรู้ว่า
ฉันจะสามารถซื้อคุกกี้ได้กี่ชิ้น ฉันอยาก
ซื้อไปเผื่อเพื่อนของฉันด้วย"

Funky Fairy said, "That is easy!" She grabs a divide sign from her magic bag.

เทพธิดาฟังกี้พูดว่า "นั่นมัน ง่ายมากเลย ว่าแล้วเธอก็คว้าเครื่อง หมายหารออกมาจากกระเป๋าวิเศษ"

Funky said,
"The answer is 10."

The child asks,
"How did you do that?"

Funky answers,
"$5 is 500 cents, so...

เทพธิดาฟังกี้พูดว่า "คำตอบคือสิบ"
เด็กถามว่า "คุณรู้ได้อย่างไร?"
ฟังกี้ตอบว่า "ห้าดอลล่าร์
คือ ห้า ร้อย เซ็นต์ ดังนั้น วิธีคิดคือ...

500 ÷ 50 = 10 cookies."

ห้าร้อย หาร ห้าสิบ เท่ากับ คุกกี้สิบชิ้น"

Funky Fairy laughs, "Divide is finding out, how many parts are in a whole. For example, there are eight pieces in this whole pie. Each piece is 1/8th."

เทพธิดาฟังกี้หัวเราะพลางตอบว่า "การหารคือ การค้นหาจำนวนชิ้นส่วนของจำนวนทั้งหมด เหมือนกับขนมพายที่มีแปดชิ้นในหนึ่งก้อน แต่ละชิ้นจึงมีค่าเท่ากับเศษหนึ่งส่วนแปด แต่ละชิ้นมีค่าเท่ากับหนึ่งส่วนแปด"

Funky continues, "Divide also
asks, how many of a number
are in the total. For example,
how many 5's are in 20?
The answer is 4.
Divide makes the number smaller."

เทพธิดาฟังกี้พูดต่อไปว่า "อีกวิธีหนึ่ง
ในการหารคือ การถามจำนวนเท่า
ไหร่ ตัวอย่างเช่น มีจำนวนห้าอยู่กี่ตัว
ในจำนวนยี่สิบ คำตอบคือ สี่ ดังนั้น
การหารจึงทำให้ตัวเลขลดลง"

23

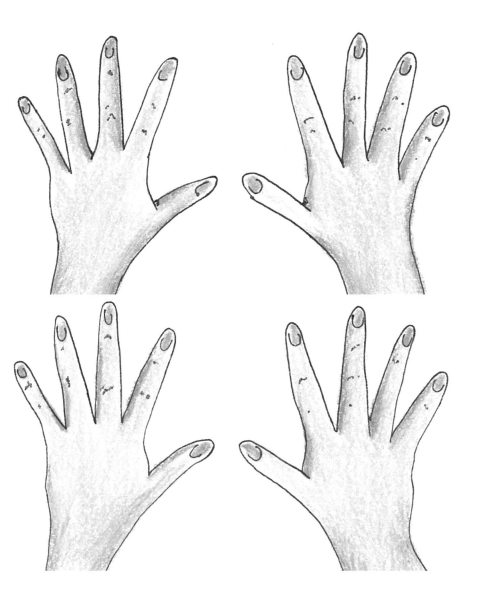

$$20 \div 5 = 4$$

"ยี่สิบ หาร ห้า เท่ากับ สี่"

24

The child replies,
"Hey! I know that
Divide is the opposite
of times."

Funky agrees!
5 times (X) 4 = 20
and
20 divided by (÷) 5 = 4

"เฮ้! ฉันได้เรียนรู้ว่า การหาร
มันตรงกันข้ามกับการคูณ" เด็กพูด

เทพธิดาฟังกี้ เห็นด้วย
"ห้าคูณ สี่ เท่ากับ ยี่สิบ และ
ยี่สิบ หารด้วย ห้า เท่ากับ สี่"

The people at the
store clap and clap.

ทุกคนในร้านต่างพากันปรบมือ

Funky Fairy thinks
to herself. "What an
amazing day! We added
bills; subtracted change;
multiplied a paycheck
and divided pie!

Money Math is very
useful and it tastes
good too!"

เทพธิดาฟังกี้คิดในใจว่า "มันช่างเป็น
วันที่วิเศษที่สุดเลย วันนี้เราได้รวม
เงินใบเสร็จ นับงินทอน คูณใบจ่าย
เงินค่าแรง และแบ่งขนมพาย ฉัน
ดีใจมาก คณิตศาสตร์มีประโยชน์
มาก และยังทำให้การเงินลื่นไหล
อีกด้วย"

28

Alford Books

www.alfordbooks.com

e-Books

available at:

http://www.alfordbooks.com

Printed Books

available at:

http://www.createspace.com

http://www.amazon.com

Buy Our Other Books:

All About England! - Worldwide Words
All About the USA! - The 50 State Quarters
All Are Equal - From Slavery to Civil Rights
Ant City - Mot and the Think Center
Big Die - Earth's Mass Extinctions
Billy Bee's Big Sneeze - Overcome Obstacles
Brit Mu Briefly - From Seeds to Civilization
Catch Phrase Come-Froms - Origins of Idioms
Chase to Space - The Space Race Story
Civil Sense - What if There Wasn't a Civil War?
Common Come-Froms - Origins of Objects
Computer Patterns - A Ditty on Digital
Computers: Count, Compute & Connect
Cozy Clozy - From Fibers to Fabrics
Different Words - Same Meaning
Essence of Science - 7 Eye Opening Ideas
Fishi and Birdy - A Fable of Friends
G Chicken & 5 K's - The Thai Alphabet
How Do Hedgehogs Hug? - Many Ways to Show Love
Humi Bird - A Humble Tale
Images in Action - Why Movies Move
I's in US - Essence of America
Jungle Fire - Flee or Fix
Meaning of Money - The American Way
Money Math - With Funky Fairy
Nature's Links of Life
Ogs, Zogs & Useful Cogs - A Tale of Teamwork
Paintings With Insects, Eggs & Oils - An Intro to A
Queen Jeen - And The Thrown Throne
Red Panda - Likes to Read
Robin's First Flight - Wings of Courage
Senses - From Sights to Smells
Shoe Walks - With Funky Fairy
Sky-Lings: An Intro to Airplanes
Space Maps: Trek to Mars
Stars of Days & Months - The Story of 7 and 12
Sun's Above the Clouds - A Sunny Point of View
Turtle Jumps - A Tale of Determination
Where Cookies Come-From - From Dough to Delicio
Who Did What in World History? Past Echoes in the Present
Why is California Interesting? - Dreams of Gold
Why is Thailand Interesting? - Source of the Smile
Yo Frog - The Surprising Songs

Books are available at http://alfordbooks.com and http://www.amazon.c
Please contact us at: info@alfordbooks.com or trythaiketco@gmail.co

Made in the USA
Columbia, SC
26 July 2017